Impressum
Verlag: BABADADA GmbH, Nedderfeld 112 , 22529 Hamburg
Geschäftsführer / Verlagsleitung: Harald Hof
Druck: Books on Demand GmbH, In de Tarpen 42, 22848 Norderstedt

Imprint
Publisher: BABADADA GmbH, Nedderfeld 112 , 22529 Hamburg, Germany
Managing Director / Publishing direction: Harald Hof
Print: Books on Demand GmbH, In de Tarpen 42, 22848 Norderstedt, Germany

ትምህርት ቤት

mokykla

መማሪያ ክፍል
klasė
ማካፈል
dalinti
186/2
ሰሌዳ
lenta
የትምህርት ቤት ቅጥር ግቢ
mokyklos kiemas
መምህር
mokytojas
ወረቀት
popierius
መፃፍ
rašyti
እስክሪብቶ
rašiklis
መፃፊያ ጠረጴዛ
rašomasis stalas
ማስመሪያ
liniuotė
knyga
ተማሪ
mokinys

የጀርባ ቦርሳ

kuprinė

የእርሳስ መያዣ

penalas

እርሳስ

pieštukas

የእርሳስ መቅረጫ

drožtukas

ላጲስ

trintukas

የስዕል ደብተር

piešimo bloknotas

2 ትምህርት ቤት - mokykla

ስዕል

piešinys

የቀለም ብሩሽ

teptukas

የቀለም ሳጥን

dažų dėžutė

መቀስ

žirklės

ማጣበቂያ

klijai

መልመጃ ደብተር

vadovėlis

የቤት ስራ

namų darbai

ቁጥር

numeris

መደመር

pridėti

መቀነስ

atimti

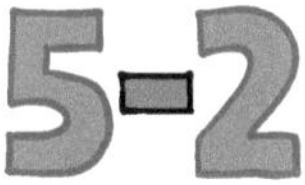

ማባዛት

dauginti

ቁጥሮችን ማስላት

skaičiuoti

A

ደብዳቤ

raidė

ABCDEFG
HIJKLMN
OPQRSTU
VWXYZ

ፊደላት

abėcėlė

ቃል

žodis

ፅሑፍ

tekstas

ማንበብ

skaityti

ጠመኔ

kreida

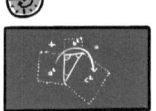

ትምህርት

pamoka

ምዝገባ

dienynas

ፈተና

egzaminas

ሰርተፊኬት

pažymėjimas

የትምህርት ቤት የደንብ ልብስ

mokyklinė uniforma

ትምህርት

išsilavinimas

አዉደ ጥበብ

enciklopedija

ዩኒቨርስቲ

universitetas

የምርምር አጉሊ መሳርያ

mikroskopas

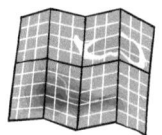

ካርታ

žemėlapis

የቆሻሻ ወረቀት መጣያ ቅርጫት

šiukšliadėžė

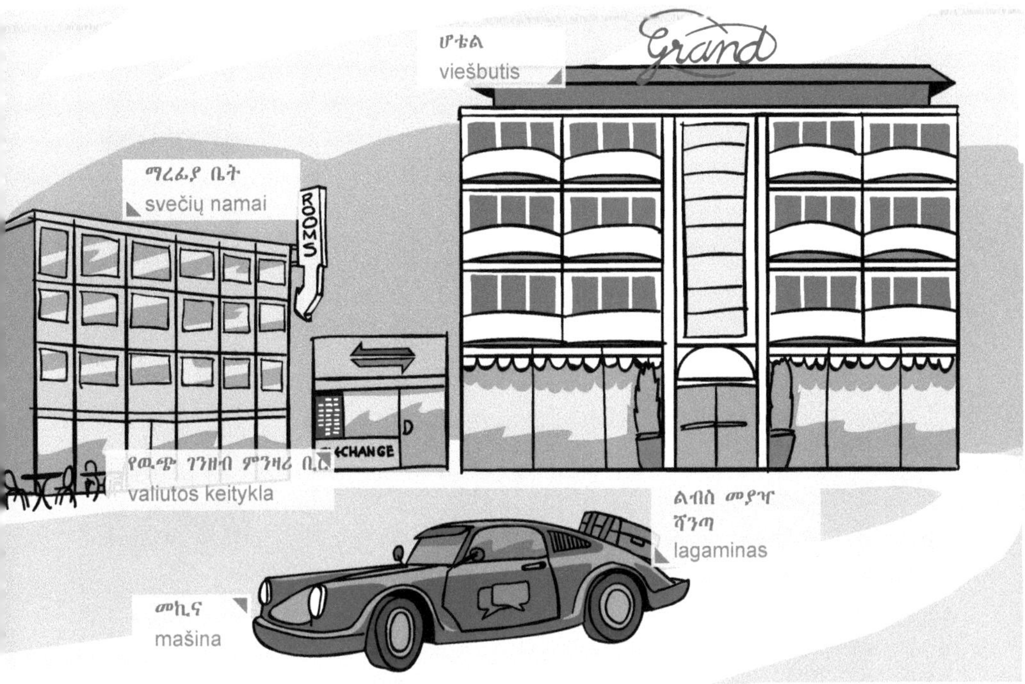

ሆቴል
viešbutis
Grand
ማረፊያ ቤት
svečių namai
የዉጭ ገንዘብ ምንዛሪ ቢ
valiutos keitykla
ልብስ መያዣ
ሻንጣ
lagaminas
መኪና
mašina

ቋንቋ
kalba

አዎ/ አይደለም
taip / ne

እሺ
Gerai

ሰላም
sveiki

አስተርጓሚ
vertėjas raštu

አመሰግናለሁ
Ačiū

ስንት ነዉ.......?
....
kiek kainuoja...?

አልገባኝም
....
aš nesuprantu

እክል
....
problema

እንደምን አመሹ!
....
Labas vakaras!

እንደምን አደሩ!
....
Labas rytas!

መልካም ምሽት!
....
Labos nakties!

ደህና ይሰንብቱ
....
viso gero

አቅጣጫ
....
kryptis

ሻንጣ
....
bagažas

ቦርሳ
....
krepšys

የጀርባ ቦርሳ
....
kuprinė

እንግዳ
....
svečias

ክፍል
....
kambarys

የመተኛ ቦርሳ
....
miegmaišis

ድንኳን
....
palapinė

የጎብኚዎች መረጃ

turizmo informacija

የባህር ዳርቻ

paplūdimys

ክሬዲት ካርድ

kreditinė kortelė

ቁርስ

pusryčiai

ምሳ

pietūs

እራት

vakarienė

ቲኬት

bilietas

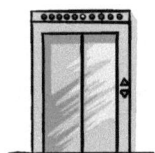

አሳንሰር

liftas

ማህተም

pašto ženklas

ድንበር

siena

ባህሎች

muitinė

ኤምባሲ

ambasada

ቪዛ/የይለፍ ወረቀት

viza

ፓስፖርት

pasas

መጓጓዣ

transportas

አዉሮፕላን
lėktuvas
መርከብ
laivas
የእሳት አደጋ መኪና
gaisrinė mašina
autobusas
የጭነት መኪና
sunkvežimis
የሞተር ጀልባ
motorinė valtis
ብስክሌት
motociklas
መኪና
mašina

የማመላለሻ ጀልባ

keltas

ጀልባ

valtis

የሞተር ብስክሌት

mopedas

የፖሊስ መኪና

policijos automobilis

የዉድድር መኪና

lenktyninis automobilis

የኪራይ መኪና

nuomojamas automobilis

የመኪና መጋራት

bendras automobilio naudojimas

ጎታች መኪና

techninės pagalbos automobilis

የቆሻሻ ጭነት መኪና

šiukšliavežė

ሞተር

variklis

ነዳጅ

degalai

የቤንዚን ማደያ

degalinė

የመንገድ ምልክት

kelio ženklas

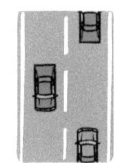

የመኪኖች እንቅስቃሴ

eismas

የመኪና መጨናነቅ

eismo spūstis

የመኪና ማቆሚያ

mašinų stovėjimo aikštelė

የባቡር ጣቢያ

traukinių stotis

የባቡር ሀዲዶች

bėgiai

ባቡር

traukinys

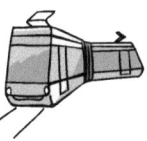

የኤሌክትሪክ ባቡር

tramvajus

ሰረገላ

vagonas

ሄሊኮፕተር

sraigtasparnis

አየር ማረፊያ

oro uostas

ማማ

bokštas

መንገደኛ

keleivis

ማስቀመጫ፤ ማጠራቀሚያ

konteineris

ካርቶን እቃ ማሸጊያ

dėžė

ጋሪ፤ ተሳቢ

vežimėlis

ቅርጫት

krepšys

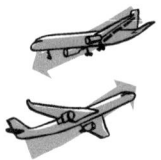

መነሳት/ ማረፍ

pakilti / nusileisti

ከተማ

miestas

መንደር

kaimas

የከተማ ማዕከል

miesto centras

ቤት

namas

ሲኒማ
kino teatras
ማስታወቂያ
reklama
የመንገድ ዳር መብራት
gatvės žibintas
መንገድ
gatvė
ታክሲ
taksi
የቁርስ መቆያ ሱቅ
kioskas
እግረኛ
pėstysis
ድንጋይ የተነጠፈበት የእግረኛ መንገድ
šaligatvis
የእግረኛ መሻገሪያ
pėsčiųjų perėja
የቆሻሻ ማጠራቀሚያ
šiukšliadėžė
ማቋረጫ
sankryža
የትራፊክ መብራቶች
šviesoforas

ጎጆ

trobelė

አፓርታማ

butas

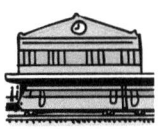

የባቡር ጣቢያ

traukinių stotis

የከተማ አዳራሽ

rotušė

ቤተ መዘክር

muziejus

ትምህርት ቤት

mokykla

ዩኒቨርስቲ

universitetas

ባንክ

bankas

ሆስፒታል

ligoninė

ሆቴል

viešbutis

መድሐኒት ቤት

vaistinė

ቢሮ

biuras

መፅሐፍ መሸጫ

knygynas

ሱቅ

parduotuvė

የአበባ መሸጫ

gėlių parduotuvė

የሸቀጣ ሸቀጥ መደብር

prekybos centras

ገበያ ስፍራ

turgus

መደብር

universalinė parduotuvė

የዓሳ ነጋዴ

žuvies parduotuvė

የገበያ ማዕከል

prekybos centras

ወደብ

uostas

መናፈሻ ቦታ

parkas

አግዳሚ ወንበር

suoliukas

ድልድይ

tiltas

ደረጃዎች

laiptai

ዉስጥ ለዉስጥ

metro

ዋሻ

tunelis

የአዉቶቡስ ፌርማታ

autobusų stotelė

ባር

baras

ምግብ ቤት

restoranas

የፖስታ ሳጥን

lauko pašto dėžutė

የመንገድ ምልክት

kelio ženklas

የመኪና ማቆሚያ ሒሳብ የሚያሰላ ማሽን

parkomatas

የደር እንስሳት ማቆያ

zoologijos sodas

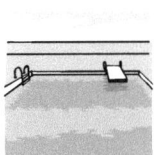

የመዋኛ ገንዳ

baseinas

መስጊድ

mečetė

እርሻ

ūkininko ūkis

የሚበክል ነገር

tarša

መቃብር ስፍራ

kapinės

ቤተ ክርስቲያን

bažnyčia

መጫወቻ ሜዳ

žaidimų aikštelė

ቤተ መቅደስ

šventykla

መልከዓምድር

kraštovaizdis

ቅጠል
lapas
የመንገድ ላይ ምልክት
kelio rodyklė
መንገድ
kelias
አረንጓዴ መስክ
pieva
ድንጋይ
akmuo
በእግሩ የሚጓዝ
ėjikas
ዛፍ
medis
ወንዝ
upė
ሳር
žolė
አበባ
gėlė

ሸለቆ

slėnis

ኮረብታ

kalva

ሀይቅ

ežeras

ጫካ

miškas

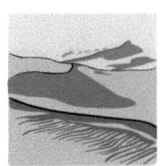

በረሃ

dykuma

እሳተ ገሞራ

ugnikalnis

ግምብ

pilis

ቀስተ ዳመና

vaivorykštė

እንጉዳይ

grybas

የቴምብር ዛፍ/ ዘንባባ

palmė

ቢንቢ/ የወባ ትንኝ

uodas

በራሪ

musė

ጉንዳን

skruzdėlė

ንብ

bitė

ሸረሪት

voras

ጢንዚዛ

vabalas

እንቁራሪት

varlė

ሽኮኮ

voverė

ጃርት

ežys

ጥንቸል

kiškis

ጉጉት ወፍ

pelėda

ወፍ

paukštis

የዉሃ ዳክዬ

gulbė

ከርከሮ

šernas

አጋዘን

elnias

አጋዘን

briedis

ግድብ

užtvanka

በነፋስ የሚሽከረከር

vėjo jėgainė

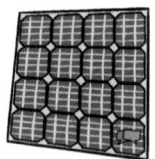

የፀሀይ ፓኔሎ

saulės baterija

አየር ንብረት

klimatas

ምግብ ቤት
restoranas

አስተናጋጅ
padavėjas
ማዉጫ
meniu
ወንበር
kėdė
ሾርባ
sriuba
ፒዛ
pica
መክተፊያ
stalo įrankiai
የጠረጴዛ ጨርቅ
staltiesė

የምግብ ፍላጎትን የሚከፍት ምግብ
užkandis

ዋና ምግብ
pagrindinis patiekalas

ማጣጣሚያ ተከታይ ምግብ
desertas

መጠጦች
gėrimai

ምግብ
maistas

ጠርሙስ
butelis

ፈጣን ምግብ

greitai pateikiamas maistas

የመንገድ ምግብ

gatvės maistas

የሻይ ማንቆርቆሪያ

arbatinukas

የስኳር እቃ

cukrinė

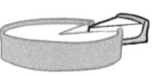

ድርሻ

porcija

የቡና ማፊያ ማሽን

espreso aparatas

ባለጌ ወንበር

aukšta kėdė

የክፍያ ደረሰኝ

sąskaita

ትሪ

padėklas

ቢላዋ

peilis

ሹካ

šakutė

ማንኪያ

šaukštas

የሻይ ማንኪያ

arbatinis šaukštelis

ልብስ ምግብ እንዳይነካ የሚረዳ ጨርቅ

servetėlė

ብርጭቆ

stiklinė

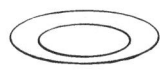

ዝርግ ሰሀን

lėkštė

የሾርባ ጎድጓዳ ሰሀን

sriubos lėkštė

የስኒ ማስቀመጫ

padėklas

ማጣፈጫ ስጎ

padažas

የጨዉ እቃ

druskinė

የተፈጨ ቃሪያ

pipirų malūnėlis

ኮምጣጤ

actas

የምግብ ዘይት

aliejus

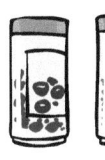

ቀመማ ቅመሞች

prieskoniai

የቲማቲም ድልህ

kečupas

ሰናፍጭ

garstyčios

ማዮኒዝ

majonezas

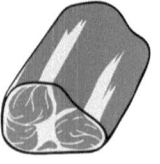

የሸቀጣ ሸቀጥ መደብር

prekybos centras

ልዩ አቅራቦት
specialus pasiūlymas
ደምበኛ
pirkėjas
የወተት ተዋፅዖ
pieno produktai
ፍራፍሬ
vaisiai
ባለ ጎማ የእጅ ጋሪ
troleibusas

ሉካንዳ ነጋዴ

mėsos parduotuvė

መጋገርያ

kepykla

ክብደት መመዘን

sverti

ቅጠላ ቅጠል አትክልት

daržovės

ስጋ

mėsa

የቀዘቀዘ/የረጋ ምግብ

šaldytas maistas

ቀዝቃዛ ቁራጭ

....

šalti mėsos užkandžiai

የታሸገ ምግብ

....

konservai

የማጠቢያ ዱቄት

....

skalbimo milteliai

ጣፋጮች

....

saldumynai

የቤት ዉስጥ ዉጤቶች

....

ūkinės prekės

የፅዳት ምርቶች

....

valymo priemonės

የሽያጭ ባለሙያ

....

pardavėja

የገንዘብ መመዝቢያ ማሽን

....

kasos aparatas

የሒሳብ ሰራተኛ

....

kasininkas

የግዢ ዝርዝር

....

pirkinių sąrašas

ክፍት ሰዓታት

....

darbo valandos

የኪስ ቦርሳ

....

piniginė

ክሬዲት ካርድ

....

kreditinė kortelė

ቦርሳ

....

maišelis

የፕላስቲክ ቦርሳ

....

plastikinis maišelis

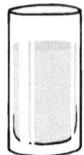

መጠጦች

gėrimai

ዉሃ

vanduo

ጭማቂ

sultys

ወተት

pienas

ኮካ-ኮላ

kola

ወይን

vynas

ቢራ

alus

አልኮል

alkoholis

ኮካ

kakava

ሻይ

arbata

ቡና

kava

የተፈላ ቡና

espresas

ካፕቺኖ

kapučinas

ምግብ

maistas

ሙዝ

bananas

ፖም

obuolys

ብርቱካን

apelsinas

ሀብሀብ

arbūzas

ሎሚ

citrina

ካሮት

morka

ነጭ ሽንኩርት

česnakas

ሸምበቆ

bambukas

ቀይ ሽንኩርት

svogūnas

እንጉዳይ

grybas

ለዉዝ

riešutai

የህፃናት ምግብ

makaronai

ፓስታ

spagečiai

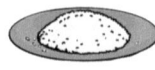

ሩዝ

ryžiai

ሰላጣ

salotos

የድንች ጥብስ

traškučiai

ድንች ጥብስ

keptos bulvės

ፒዛ

pica

ዳቦ ዉስጥ በስሱ ተጠብሶ የገባ ስጋ

mėsainis

ሳንድዊች

sumuštinis

ጥሬ ስጋ

pjausnys

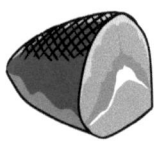

የአሳማ ስጋ

kumpis

በቅመምና በጨዉ የታሸ ምግብ ቀዝቅዞ የሚበላ ሾርባ ምግብ

saliamis

ቋሊማ

dešrelė

ዶሮ

vištiena

ጥብስ

kepsnys

አሳ

žuvis

የአጃ ገንፎ
avižų dribsniai

ከወተት ጋር ተደባልቀዉ የሚበሉ ምግቦች
dribsniai su priedais

የበቆሎ ቅርፊት
kukurūzų dribsniai

ዱቄት
miltai

ኩራሳ
prancūziškasis ragelis

ድብልብል ዳቦ
bandelė

ዳቦ
duona

መጥበስ
skrebutis

ብስኩት
sausainiai

ቅቤ
sviestas

እርጎ
varškė

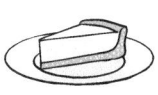

ኬክ
tortas

እንቁላል
kiaušinis

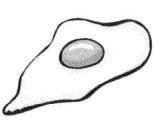

እንቁላል ጥብስ
kiaušinienė

አይብ
sūris

የበረዶ ክሬም

ledai

ስኳር

cukrus

ማር

medus

ማርማላት

uogienė

የተናጠ የወተት ክሬም

tepamas šokoladas

ማጣፈጫ

karis

እርሻ

ūkininko ūkis

የገበሬ ቤት
sodyba
የእህልና የከብት ማቀመጫ ቤት
klėtis
ፈረስ
arklys
የጭድ ክምር
šieno kupeta
ሜዳ
laukas
ተሳቢ መኪና
priekaba
የእርሻ መኪና
traktorius
የፈረስ ዉርንጭላ
kumeliukas
አህያ
asilas
በግ
avis
የበግ ጠቦት
ėriukas

ፍየል

ožys

ላም

karvė

ጥጃ

veršis

አሳማ

kiaulė

ግልገል አሳማ

paršelis

ኮርማ

bulius

ዝይ
žąsis

ዳክዬ
antis

የዶሮ ጫጩት
viščiukas

ዶር
višta

አዉራ ዶሮ
gaidys

አይጥ
žiurkė

ደድመት
katė

አይጥ
pelė

በሬ
jautis

ዉሻ
šuo

የዉሻ ቤት
šuns būda

የአትክልት ቦታ
sodo namas

ዉሃ ማጠጫ ባልዲ
laistytuvas

ረጅም ማጭድ
dalgis

ማረሻ
plūgas

ማጭድ

pjautuvas

መኮትኮቻ

kauptukas

የእህል መንሽ

šakės

መጥረቢያ

kirvis

ኩርኩር/ የእጅ ጋሪ

statinė

ገንዳ

lovys

የወተት ዕቃ

bidonas

ጆንያ ከረጢት

maišas

አጥር

tvora

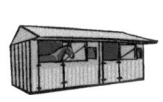

የፈረስ ጋጣ

arklidė

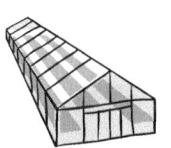

ዕፅዋት ማሳደጊያ የመስታዉት ቤት

šiltnamis

አፈር

dirva

ዘር

sėkla

የመሬት ማዳበሪያ

trąšos

ጥምር ማረሻ

kombainas

አዝመራ መሰብሰብ

rinkti

አዝመራ

derlius

ድንች

saldžiosios bulvės

ስንዴ

kviečiai

ሶያ

soja

ድንች

bulvė

በቆሎ

kukurūzai

የከብት መኖ

rapsai

የፍሬ ዛፍ

vaismedis

የካሳቫ ዛፍ

manijokas

እህል

grūdai

ቤት

namas

kaminas
ጣራ
stogas
አሸንዳ
stogvamzdis
መስኮት
langas
ጋራዥ
garažas
የበር ደወል
durų skambutis
በር
durys
የቆሻሻ ማጠራቀሚያ
šiukšlių dėžė
ፖስታ ሳጥን
pašto dėžutė
የአትክልት ቦታ
sodas

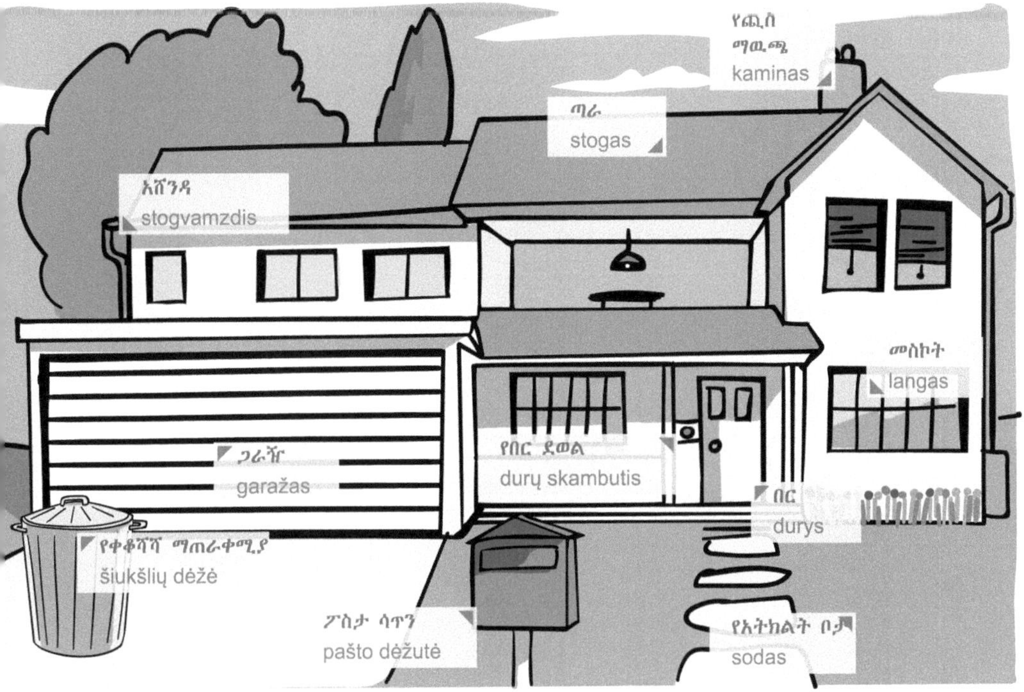

ሳሎን

svetainė

መታጠቢያ ቤት

vonios kambarys

ማድቤት

virtuvė

መኝታ ቤት

miegamasis

የልጅ ክፍል

vaiko kambarys

መመገቢያ ክፍል

valgomasis

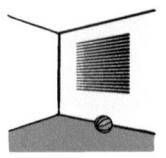

ወለል

grindys

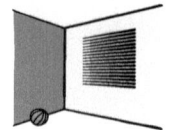

ግድግዳ

siena

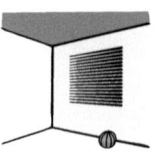

ጣሪያ

lubos

ምድር ቤት

rūsys

በእንፋሎት ሙቀት መታጠቢያ ቤት

sauna

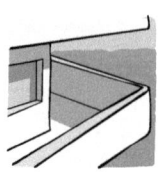

ሰገነት

balkonas

ከፍ ያለ መደብ

terasa

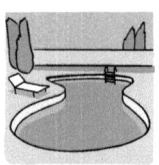

የመዋኛ ገንዳ

baseinas

የማጨጃ መኪና

žoliapjovė

አንሶላ

paklodė

የአልጋ ልብስ

lovatiesė

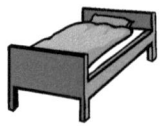

አልጋ

lova

መጥረጊያ

šluota

ባልዲ

kibiras

ማብሪያና ማጥፊያ

jungiklis

ሳሎን

svetainė

የግድግዳ ወረቀት
tapetai
ፎቶ
nuotrauka
መብራት
šviestuvas
መደርደሪያ
lentyna
ቁም ሳጥን፤ ካቢኔ
spintelė
ቴሌቭዥን
televizorius
የእሳት መሞቂያ
židinys
አበባ
gėlė
ትራስ
pagalvėlė
ሶፋ
sofa
የአበባ ማስቀመጫ
vaza
ሪሞት ኮንትሮል
nuotolinio valdymo pultelis

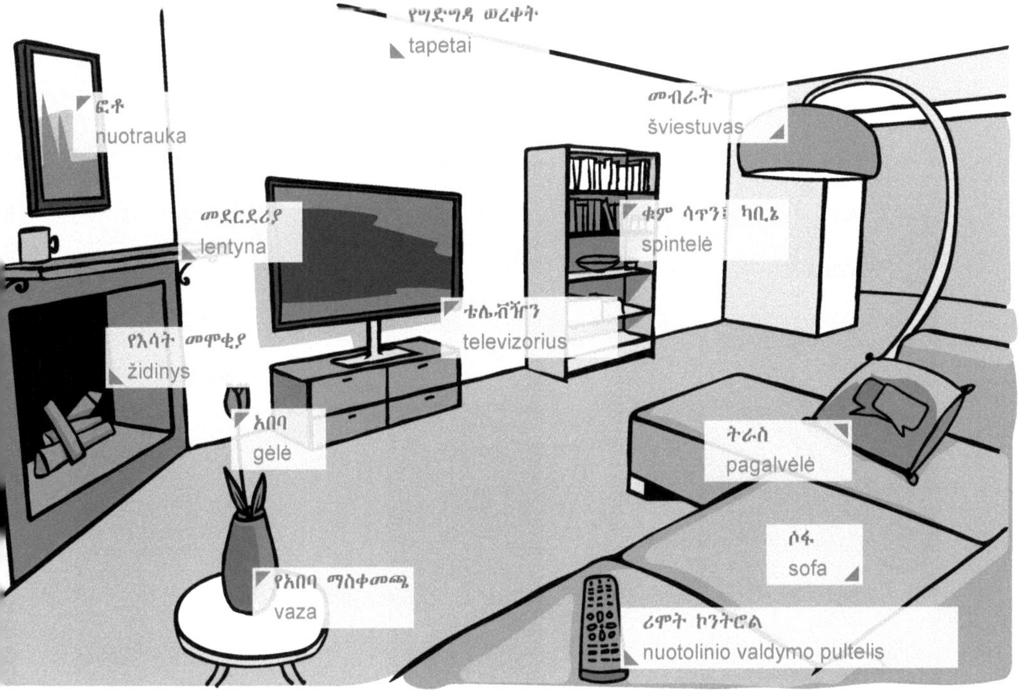

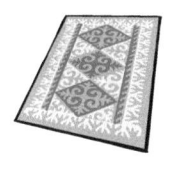

ንጣፍ

kilimas

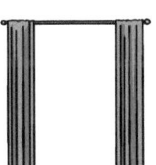

መጋረጃ

užuolaida

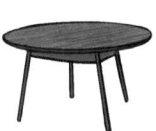

ጠረጴዛ

stalas

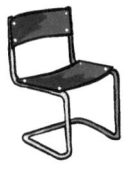

ወንበር

kėdė

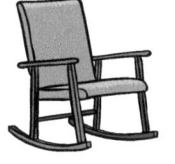

ተወዛዋዥ ወንበር

supamasis kreslas

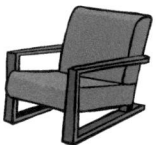

ባለመደገፊያ ወንበር

fotelis

መጽሐፍ

knyga

ብርድ ልብስ

antklodė

ጌጥ

papuošimai

ማገዶ

malkos

ፊልም

filmas

የሙዚቃ መማጫወቻ

stereo aparatūra

ቁልፍ

raktas

ጋዜጣ

laikraštis

ስዕል

paveikslas

የተለጠፈ ማስታወቂያ እንደ ስዕል

plakatas

ራዲዮ

radijas

ማስታወሻ ደብተር

užrašų knygelė

የአየር ማፅጃ ለምንጣፍ

dulkių siurblys

ቁልቋል

kaktusas

ሻማ

žvakė

ማድቤት
virtuvė

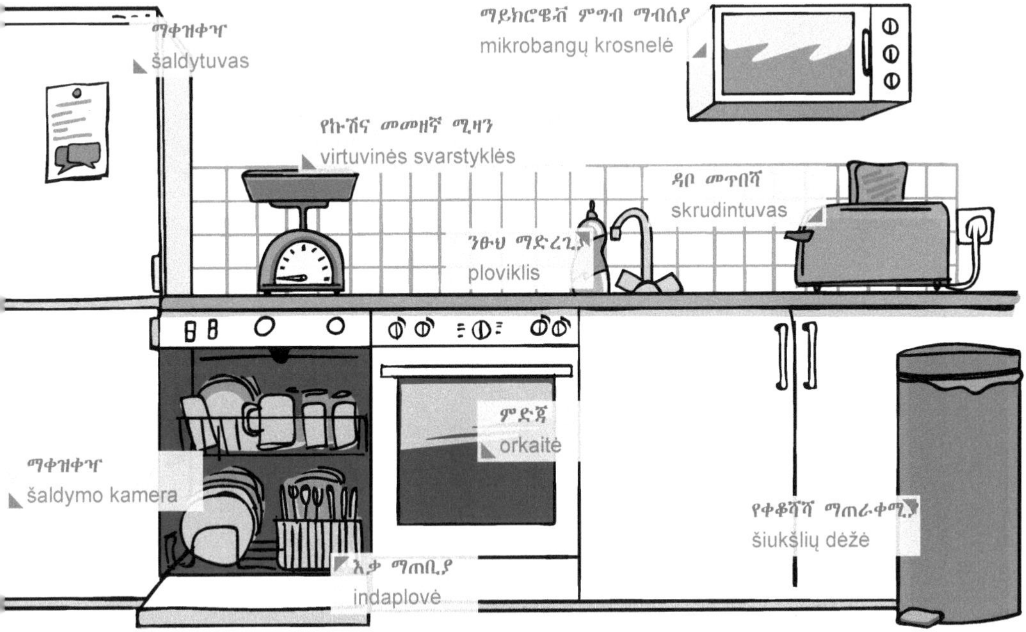

ማቀዝቀዣ
šaldytuvas
ማይክሮዌቭ ምግብ ማብሰያ
mikrobangų krosnelė
የኩሽና መመዘኛ ሚዛን
virtuvinės svarstyklės
ዳቦ መጥበሻ
skrudintuvas
ንፁህ ማድረጊያ
ploviklis
ምድጃ
orkaitė
ማቀዝቀዣ
šaldymo kamera
የቀቆሻሻ ማጠራቀሚያ
šiukšlių dėžė
እቃ ማጠቢያ
indaplovė

ምግብ አብሳይ

virykle

ማሰሮ

puodas

የብረት ማሰሮ

ketaus puodas

ምግብ ማብሰያ ዝርግ ድስት

„wok“ keptuvė

የምግብ መጥበሻ

keptuvė

ማንቆርቆሪያ

virdulys

የእንፋሎት ማብሰያ

garų puodas

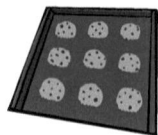

የመጋገሪያ ትሪ

kepimo skarda

ሰብስቦች

porceliano indai

ትልቅ ኩባያ

puodelis

ጎድጓዳ ሳህን

dubuo

ቾፕስቲክስ

valgomosios lazdelės

ጭልፋ

samtis

መሰቅሰቂያ ዝርግ ማንኪያ

mentelė

ማደባለቂያ

plaktuvas

መወጠሪያ

koštuvas

ወንፊት

sietas

መፈርፈሪያ መሳሪያ

trintuvė

ሲሚንቶ

grūstuvė

የፍም ጥብስ

kepsninė

የተለቀቀ እሳት

atvira liepsna

መክተፊያ

pjaustymo lentelė

ተንሸራታች መርፌ

kočėlas

የጠርሙስ መክፈቻ

kamščiatraukis

ጣሳ

skardinė

የጣሳ መክፈቻ

skardinių atidarytuvas

የማሰሮ መሸፈኛ

puodkėlė

ሳህን ማጠቢያ

kriauklė

ብሩሽ

šepetys

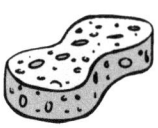

ስፖንጅ

kempinė

መደባለቂያ መሳሪያ

trintuvas

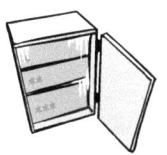

በጣም ማቀዝቀዣ

šaldiklis

ጡጦ

kūdikių buteliukas

ቧንቧ

čiaupas

መታጠቢያ ቤት

vonios kambarys

መታጠቢያ
dušas
ማሞቂያ
šildymas
ፎጣ
rankšluostis
የመታጠቢያ ቤት መጋረጃ
dušo užuolaidos
የአረፋ መታጠቢያ
vonios putos
የመታጠቢያ ገንዳ
vonia
ብርጭቆ
stiklinė
የልብስ ማጠቢያ
skalbimo mašina
ቧንቧ
čiaupas
ማዕዘን ወለል
plytelės
ፖፖ
naktinis puodukas
ሳህን ማጠቢያ
kriauklė

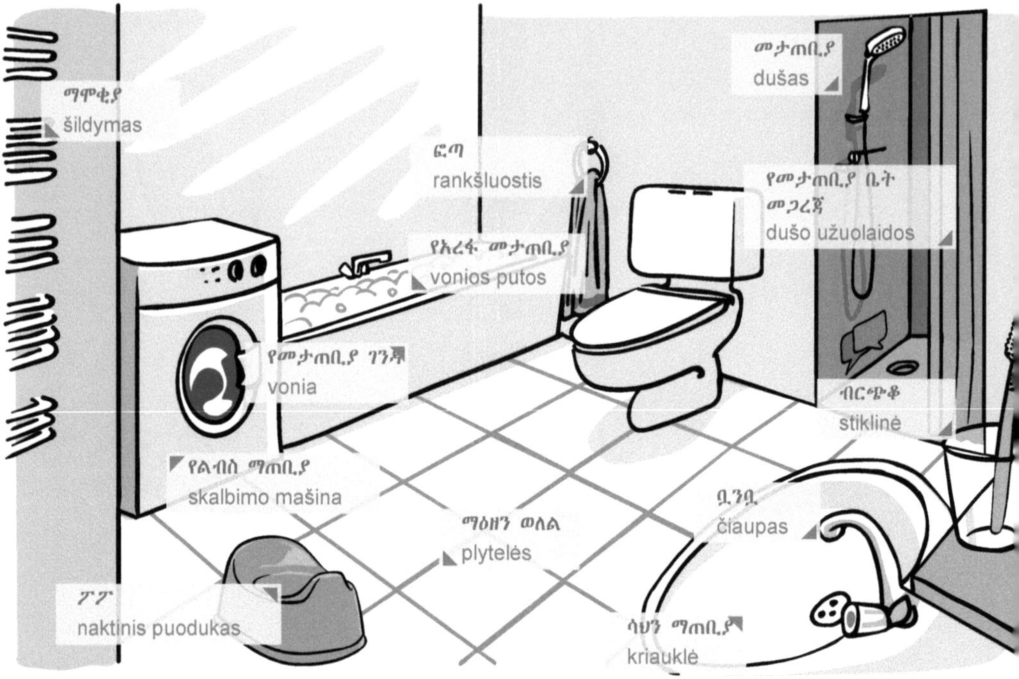

ሽንት ቤት

unitazas

የሽንት ቤት መቀመጫ

tupimasis unitazas

ሳፋ

bidė

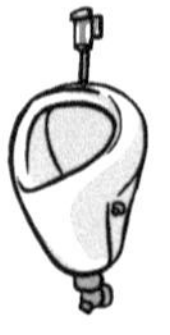

የመንገድ ዳር መሽኛ

pisuaras

የሽንት ቤት ወረቀት

tualetinis popierius

የሽንት ቤት ማፅጃ ብሩሽ

unitazo šepetys

የጥርስ ብሩሽ

dantų šepetėlis

የጥርስ ሳሙና

dantų pasta

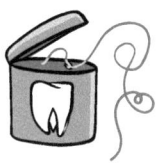

የጥርስ ማፅጃ ክር

dantų siūlas

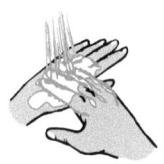

መታጠብ

plauti

የእጅ መታጠቢያ

dušo galvutė

መታጠቢያ

higieninis dušas

ጎድጓዳ ሳህን

praustuvas

የጀርባ ብሩሽ

nugaros plaušinė

ሳሙና

muilas

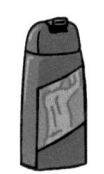

መታጠቢያ የሚዝለገለግ ሳሙና

dušo želė

የፀጉር መታጠቢያ ሳሙና

šampūnas

ለስላሳ ጨ ርቅ

plaušinė

ፍሳሽ

kanalizacija

ክሬም

kremas

ጠረን መቀየሪያ ንጥረ ነገር

dezodorantas

ስታወት

veidrodis

የእጅ ስታወት

veidrodėlis

ምላጭ

skustuvas

የ ላጫ አረፋ

skutimosi putos

ከ ላጨት በኋላ የሚቀባ ሽቱ

losjonas po skutimosi

ማበጠሪያ

šukos

ብሩሽ

šepetys

የፀጉር ማድረቂያ

plaukų džiovintuvas

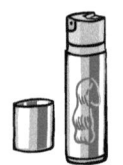

በፀጉር ላይ የሚነፋ

plaukų lakas

የፊት ቀባቢያ

makiažas

የከንፈር ቀለም

lūpdažis

የጥፍር ቀለም

nagų lakas

የጥጥ ሱፍ

vata

ጥፍር ቁረጫ

žirklutės nagams

ሽቶ

kvepalai

ማጠቢያ ባልዲ

maišelis skalbiniams

መቀመጫ

taburetė

ሚዛን

svarstyklės

የመታጠቢያ ልብስ

chalatas

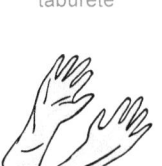

የላስቲክ ጓንት

guminės pirštinės

ሞዴስ

tamponas

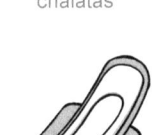

የፅዳት ፎጣ

higieninis įklotas

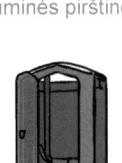

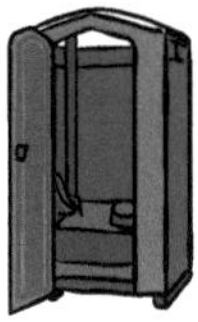

የሽንት ቤት ኬሚካል

biotualetas

የልጅ ክፍል

vaiko kambarys

የማንቂያ ደዉል ሰዐት
žadintuvas
የህፃን አሻንጉሊት
pliušinis žaislas
የመጫወቻ መኪና
žaislinė mašinėlė
barškutis
የአሻንጉሊት ቤት
lėlės namelis
ስጦታ
dovana

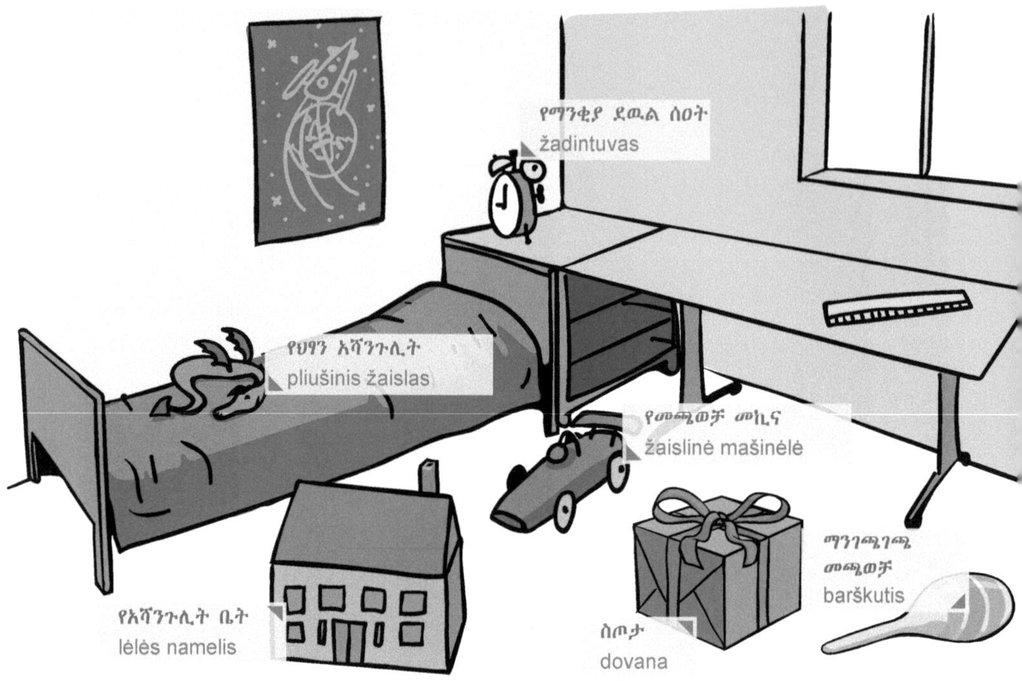

ፊኛ

balionas

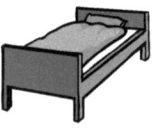

አልጋ

lova

የህፃን ማንሸራሸሪያ ጋሪ

vaikiškas vežimėlis

የካርታ መጫወቻ

kortų malka

ቁርጥራጭ ምስሎችን የማገጣጠም
እና ምስል የማግኘት ጨዋታ

delionė

አዝናኝ

komiksai

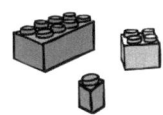

ተገጣጣሚ መጫወቻ

lego kaladėlės

የመጫወቻ መገጣጠሚያዎች

žaislinės kaladėlės

የድርጊት ምስል

figūrėlė

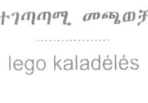

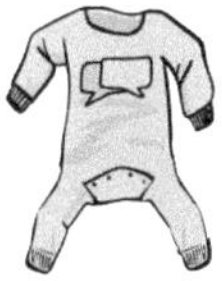

የህፃን እድገት

šliaužtinukai

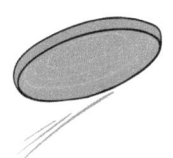

የፕላስቲክ መጫወቻ ዝርግ ሰሀን

mėtymo lėkštė

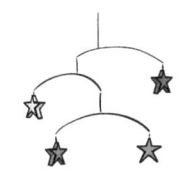

ተወዛዋዥ የህፃን ማጫወቻ

karuselė

የሰሌዳ ጨዋታ

stalo žaidimas

የመጫወቻ ጠጠር

kauliukai

የመጫወቻ ባቡር

žaislinis traukinys

የእንጀራ እናት ጡጦ

žindukas

ድግስ

vakarėlis

የስዕል መፅሀፍ

paveiksliukų knygelė

ኳስ

kamuolys

አሻንጉሊት

lėlė

መጫወት

žaisti

የአሸዋ መጫወቻ

smėlio dėžė

ዥዋዥዌ

sūpynės

መጫወቻዎች

žaislai

የቪዲዮ መጫወቻ

žaidimų konsolė

ባለ ሶስት ጎማ ብስክሌት

triratukas

የአሻንጉሊት ድብ

meškiukas

ቁምሳጥን

drabužių spinta

አልባሳት

drabužis

ካልሲዎች

kojinės

ስቶኪንጎች

kojinės virš kelių

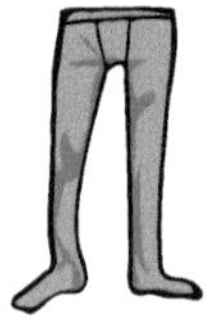

ታይት

pėdkelnės

የአንገት ልብስ
šalikas

ግንጥላ
skėtis

ክናቴራ
marškinėliai

ቀበቶ
diržas

ቦቲ
ilgaauliai batai

የቤት ዉስጥ ነጠላ ጫማ
šlepetės

ስኒከሮች
sportbačiai

ነጠላ ጫማዎች
....
sandalai

ጫማዎች
....
batai

የዝናብ ቡትስ
....
guminiai batai

ሙታንታ
....
trumpikės

ጡት መያዣ
....
liemenėlė

ስደርያ
....
liemenė

አልባሳት - drabužis   45

ሰዉነት
glaustinukė

ሱሪዎች
kelnės

ጅንስ
džinsai

ጉርድ ቀሚስ
sijonas

ሸሚዝ
palaidinė

ሸሚዝ
marškiniai

የሚጠለቅ ሹራብ
megztinis

ሹራብ
megztinis su gobtuvu

ዩኒፎርም ጃኬት
švarkelis

ጃኬት
švarkas

ኮት
paltas

የዝናብ ኮት
lietpaltis

ልብስ
kostiumas

ቀሚስ
suknelė

የሙሽራ ቀሚስ
vestuvinė suknelė

ሱፍ

kostiuma

የለሊት ልብስ

naktiniai marškiniai

የለሊት ልብስ

pižama

ረጅም ቀሚ

saris

ሂጃብ

skarelė

ጥምጣም

tiurbanas

ቡርቃ

burka

ሽርጥ

kaftanas

አባያ

abaja

የዋና ልብ

maudymosi kos is

አጭር ቁምጣ

glaudės

ቁምጣዎች

šortai

የስራ ቱታ

sportinis kost

ሽርጥ

prijuostė

ጓንት

pirštinės

ቁልፍ

saga

መነፅር

akiniai

አምባር

apyrankė

የአንገት ሀብል

vėrinys

ቀለበት

žiedas

የጆሮ ጌጥ

auskaras

ኮፍያ

kepurė

የኮት መስቀያ

pakabas

ኮፍያ

skrybėlė

ከረቫት

kaklaraištis

ዚፕ

užtrauktukas

የብረት ቆብ

šalmas

መደገፊያ

breketai

የትምህርት ቤት የደንብ ልብስ

mokyklinė uniforma

የደንብ ልብስ

uniforma

መሃረብ

seilinukas

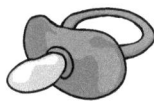

የእንጀራ እናት ጡጦ

žindukas

ሽንት ጨርቅ

vystyklai

ቢሮ

biuras

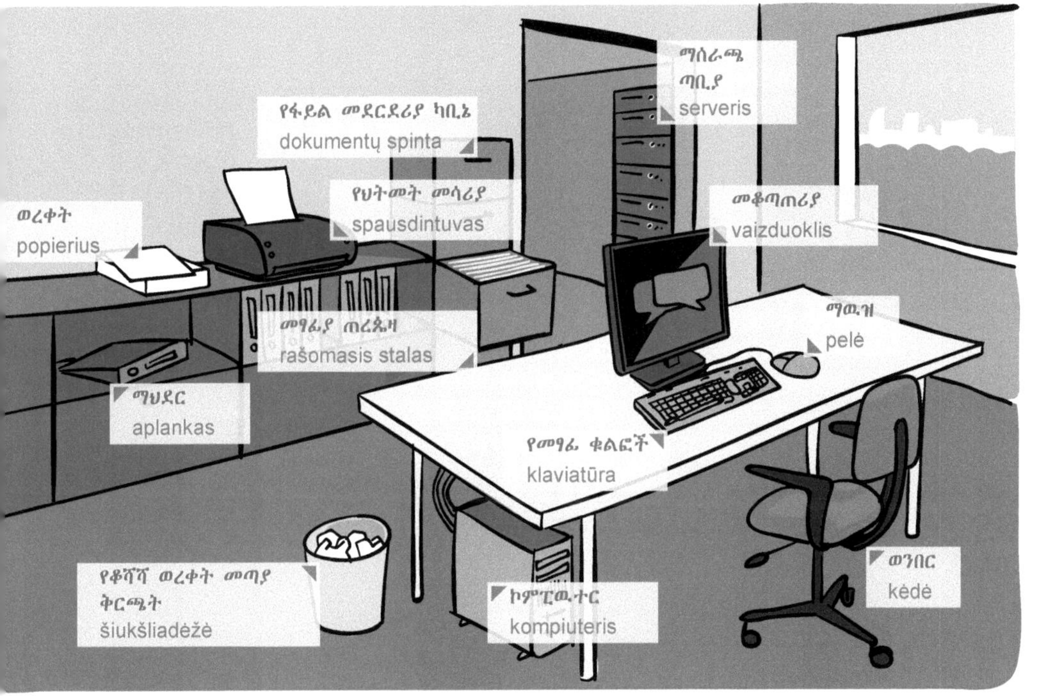

የፋይል መደርደሪያ ካቢኔ
dokumentų spinta

ማሰራጫ ጣቢያ
serveris

ወረቀት
popierius

የህትመት መሳሪያ
spausdintuvas

መጮጠሪያ
vaizduoklis

መዓፊያ ጠረጴዛ
rašomasis stalas

ማጡዝ
pelė

ማህደር
aplankas

የመዓፊ ቁልፍች
klaviatūra

የቆሻሻ ወረቀት መጣያ ቅርጫት
šiukšliadėžė

ኮምፒዉተር
kompiuteris

ወንበር
kėdė

የቡና መጠጫ ትልቅ ኩባያ

kavos puodelis

ማስሊያ ማሽን

kalkuliatorius

ኢንተርኔት

internetas

ላፕቶፕ

nešiojamasis kompiuteris

ደብዳቤ

laiškas

መልዕክት

žinutė

ተንቀሳቃሽ ስልክ

mobilusis telefonas

የግንኙነት አዉታር

tinklas

ማባዣ ማሽን

fotokopijavimo aparatas

ሶፍትዌር

programinė įranga

ስልክ

telefonas

የግድግዳ ሶኬት

kištukinis lizdas

የፋክስ ማሽን

faksas

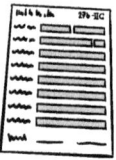

ቅፅ

forma

ሰነድ

dokumentas

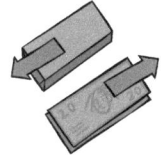

መግዛት

pirkti

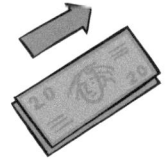

መክፈል

mokėti

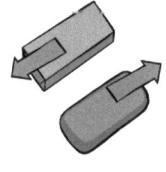

መነገድ

prekiauti

ገንዘብ

pinigai

ዶላር

doleris

ዩሮ

euras

የን

jena

ሩብል

rublis

የስዊዝ ፍራንክ

Šveicarijos frankas

ሬንሚንቢ ዩዋን

juanis

ሩጲ

rupija

የገንዘብ ነጥብ

bankomatas

የዉጭ ገንዘብ ምንዛሪ ቢሮ

valiutos keitykla

ወርቅ

auksas

ብር

sidabras

ዘይት

nafta

ሀይል፤ ጉልበት

energija

ዋጋ

kaina

ግንኙነት

sutartis

ቀረጥ

mokestis

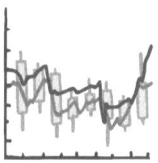

አክስዮን

akcijos

መስራት

dirbti

ተቀጣሪ

darbuotojas

ቀጣሪ

darbdavys

ፋብሪካ

gamykla

ሱቅ

parduotuvė

የስራ ሙያዎች

profesijos

የፖሊስ አዛዥ
policininkas
የእሳት አደጋ ሰራተኛ
ugniagesys
ምግብ አብሳይ
virėjas
ዶክተር
gydytojas
አብራሪ
lakūnas

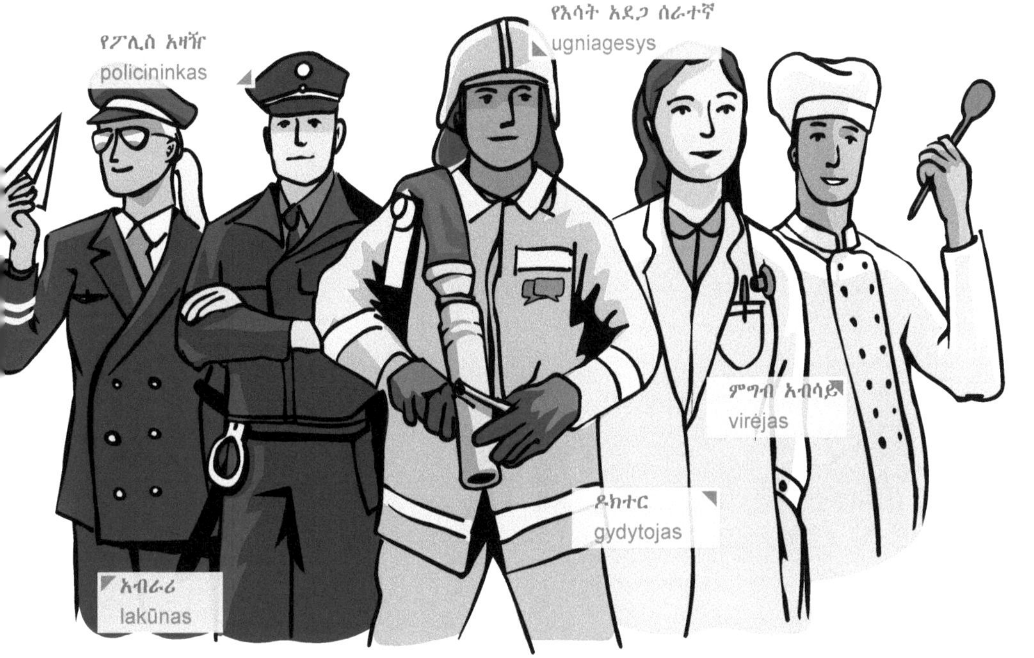

አትክልተኛ

sodininkas

አናጢ

stalius

ልብስ ሰፊ ሴት

siuvėja

ዳኛ

teisėjas

ቀማሚ

chemikas

ተዋናይ

aktorius

የአዉቶቢስ ሹፌር

autobuso vairuotojas

የታክሲ ሹፌር

taksi vairuotojas

አሳ አጥማጅ

žvejys

ፅዳት ሰራተኛ

valytoja

የጣራ ሰራተኛ

stogdengys

አስተናጋጅ

padavėjas

አዳኝ

medžiotojas

ሰዓሊ

dailininkas

ጋጋሪ

kepėjas

የኤሌትሪክ ሰራተኛ

elektrikas

ገምቢ

statybininkas

መሃሃዲስ

inžinierius

ልኳንዳ

mėsininkas

የቧንቧ ሰራተኛ

santechnikas

የፖስታ ሰራተኛ

paštininkas

ወታደር

kareivis

መሃንዲስ

architektas

የሒሳብ ሰራተኛ

kasininkas

አበባ ሻጭ

gėlininkas

የፀጉር ሰራተኛ

kirpėjas

ቲኬት ቆራጭ

konduktorius

መካኒክ

mechanikas

ካፒቴን

kapitonas

የጥርስ ሐኪም

odontologas

ተመራማሪ

mokslininkas

መምህር

rabinas

የሙስሊም ሃይማኖታዊ መሪ

imamas

መነኩሴ

vienuolis

ካህን

kunigas

መሳሪያዎች

įrankiai

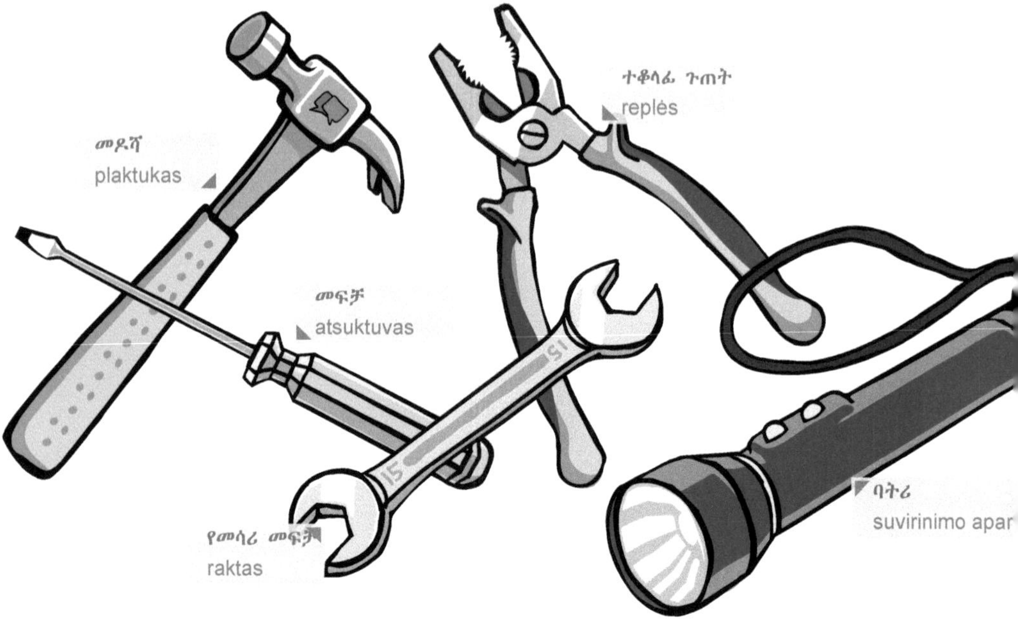

መዶሻ
plaktukas
ተቆላፊ ጉጠት
replės
መፍቻ
atsuktuvas
የመሳሪ መፍቻ
raktas
ባትሪ
suvirinimo apar

በቁፋሮ የሚዝቅ

ekskavatorius

የመፍቻ ሳጥን

įrankių dėžė

መሰላል

kopėčios

መጋዝ

pjūklas

ምስማር

vinys

መሰርሰሪያ

grąžtas

መጠገን

taisyti

አካፋ

kastuvas

የተረገመ!

Velniava!

ቆሻሻ ማፈሻ

semtuvėlis

የቀለም ቆርቆሮ

dažų skardinė

ብሎን

varžtai

የሙዚቃ መሳሪያዎች

muzikos instrumentai

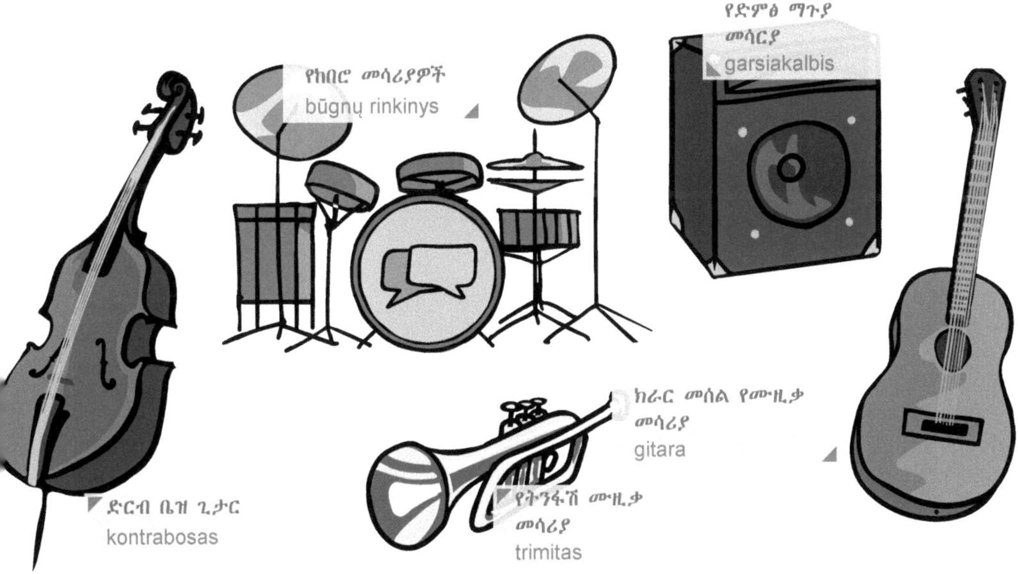

የድምፅ ማጉያ መሳርያ
garsiakalbis
የከበሮ መሳሪያዎች
būgnų rinkinys
ክራር መሰል የሙዚቃ መሳሪያ
gitara
ድርብ ቤዝ ጊታር
kontrabosas
የትንፋሽ ሙዚቃ መሳሪያ
trimitas

ፒያኖ

pianinas

ቫዮሊን

smuikas

ወፍራም፤ ጎርናና ድምፅ ያለዉ ክራር መሰል ሙዚቃ መሳሪያ

bosinė gitara

ነጋሪት

timpanas

ከበሮ

būgnai

በኤሌክትሪክ የሚሰራ ፒኖ

sintezatorius

የትንፋሽ ሙዚቃ መሳሪያ

saksofonas

ዋሽንት

fleita

የድምፅ ማጉያ

mikrofonas

የደር እንስሳት ማቆያ

zoologijos sodas

ነብር
tigras
መግቢያ
įėjimas
ሳጥን
narvas
የሜዳ አህያ
zebras
የእንስሳ ምግብ
gyvūnų pašaras
ትልቅ ድብ
panda

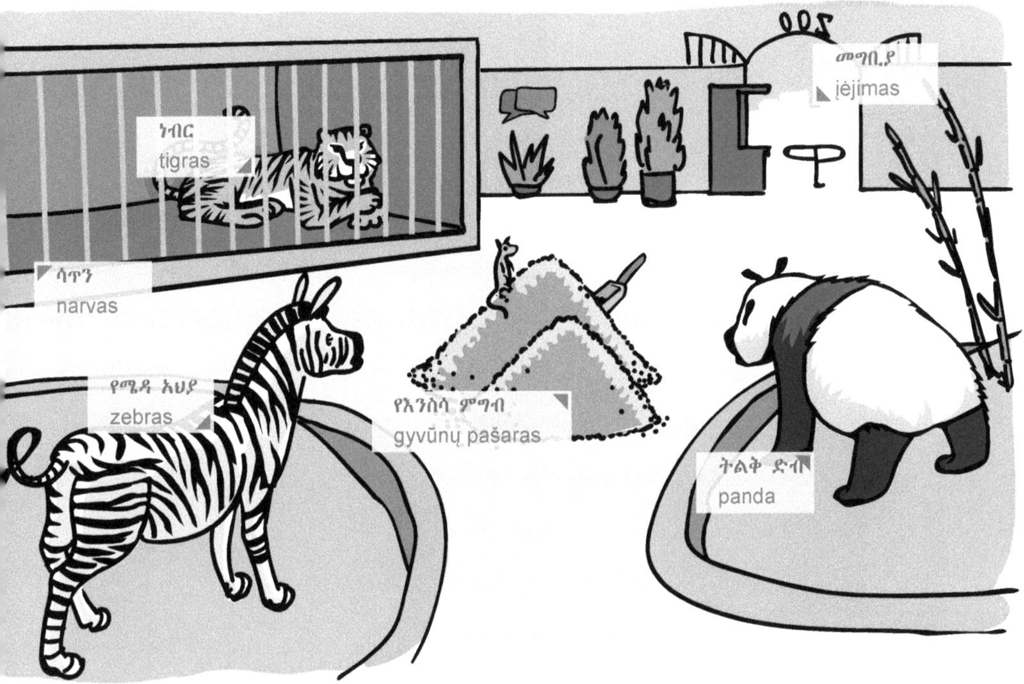

እንስሳቶች
....
gyvūnai

ዝሆን
....
dramblys

ካንጋሮ
....
kengūra

አዉራሪስ
....
raganosis

ትልቅ ዝንጀሮ
....
gorila

ድብ
....
meška

ግመል

kupranugaris

ሰጎን

strutis

አንበሳ

liūtas

ጦጣ

beždžionė

ቅልጥመ ረዥም ወፍ

flamingas

በቀቀን

papūga

የወዋልታ ድብ

baltoji meška

የዋልታ ወፎች

pingvinas

ረጅም ጥርሶች ያሉትአሳ ነባሪ

ryklys

ጣዎስ

povas

እባብ

gyvatė

አዞ

krokodilas

የዱር አራዊት የሚጠበቁበት ማቆያን የሚጠብቅ

zoologijos sodo prižiūrėtojas

አሳ በሊ.ታ የባህር እንስሳ

ruonis

የዱር ድመት

jaguaras

ድንክ ፈረስ

ponis

ነብር

leopardas

ጉማሬ

begemotas

ቀጭኔ

žirafa

ንስር

erelis

ከርከሮ

šernas

አሳ

žuvis

የባህር ኤሊ

vėžlys

የባህር አዉሬ

vėplys

ቀበሮ

lapė

የሜዳ ፍየል፧ ሚዳቋ

gazelė

የስፖርት አይነቶች

sportas

የአሜሪካ እግርኳስ
amerikietiškas futbolas
የብስክሌት ስፖርት
ቴኒስ
tenisas
የቅርጫት ኳስ
krepšinis
ዋና
plaukimas
የቡጢ ስፖርት
boksas
የበረዶ ላይ የገና ጨዋታ
ledo ritulys

እግር ኳስ

futbolas

የላበ ኳስ ጨዋታ

badmintonas

አትሌቲክስ

atletika

የእጅ ኳስ ስፖርት

rankinis

የበረዶ መንሸራተት ስፖርት

slidinėjimas

ፈረስ ግልቢያ

polas

እንቅስቃሴዎች

užsiėmimai

šokinėti
ማቀፍ
apkabinti
መሳቅ
juoktis
መራመድ
vaikščioti
መዘመር
dainuoti
ህልም ማለም
svajoti
መፀለይ
melstis
መሳም
bučiuoti

መፃፍ

rašyti

መሳል

piešti

ማሳየት

rodyti

መግፋት

stumti

መስጠት

duoti

መዉሰድ

imti

መያዝ

turėti

ማድረግ

daryti

መሆን

būti

መቆም

stovėti

መሮጥ

bėgti

መሳብ

traukti

መወርወር

mesti

መዉደቅ

kristi

መዋሸት

meluoti

መጠበቅ

laukti

መሸከም

nešti

መቀመጥ

sėdėti

መልበስ

rengtis

መተኛት

miegoti

መንቃት

pabusti

መመልከት
....
žiūrėti

ማለልቀስ
....
verkti

መጨር
....
glostyti

ማበጠር
....
šukuoti

ማዉራት
....
kalbėti

መረዳት
....
suprasti

ጥያቄ
....
paklausti

ማዳመጥ
....
klausytis

መጠጣት
....
gerti

መብላት
....
valgyti

ማንፃት
....
tvarkytis

ማፍቀር
....
mylėti

ምግብ ማብሰል
....
gaminti

መንዳት
....
vairuoti

መብረር
....
skristi

መርከብ መንዳት

buriuoti

ቁጥሮችን ማስላት

skaičiuoti

ማንበብ

skaityti

መማር

mokytis

መስራት

dirbti

ማግባት

vesti

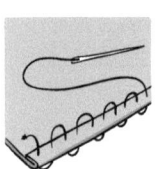

መስፋት

siūti

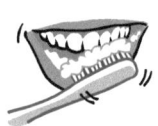

ጥርስ መቦረሽ

valytis dantis

መግደል

žudyti

ማጨስ

rūkyti

መላክ

siųsti

ቤተሰብ
šeima

የሴት አያት
senelė
የወንድ አያት
senelis
አባት
tėvas
እናት
motina
ህፃን
kūdikis
ሴት ልጅ
dukra
ወንድ ልጅ
sūnus

እንግዳ

svečias

አክስት

teta

አጎት

dėdė

ወንድም

brolis

እህት

sesuo

አካል
kūnas

ግንባር
kakta
አይን
akis
petys
ጣት
pirštas
ፊት
veidas
አገጭ
smakras
እጅ
plaštaka
እግር
koja
ጡት
krūtinė
ክንድ
ranka

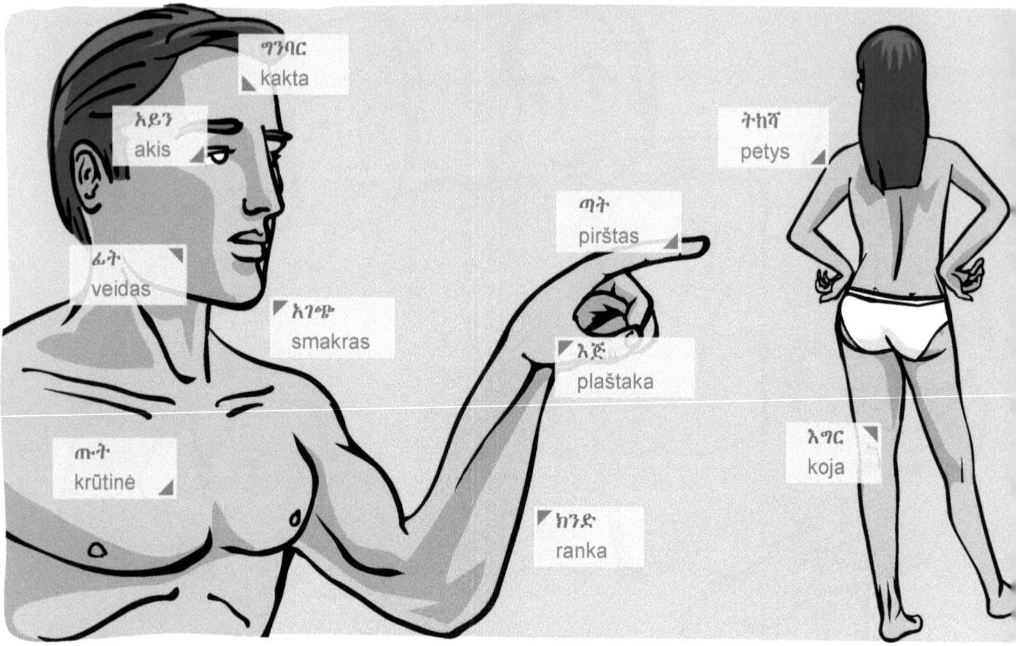

ህፃን

kūdikis

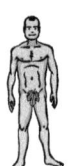

ሰዉ

vyras

ሴት

moteris

ልጃገረድ

mergaitė

ወንድ ልጅ

berniukas

ራስ

galva

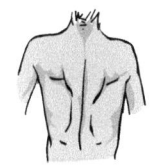

ጀርባ

nugara

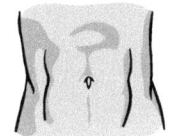

ሆድ

pilvas

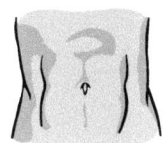

እምብርት

bamba

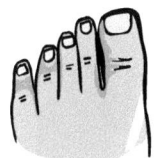

የእግር ጣት

kojos pirštas

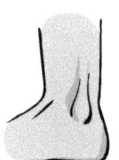

ተረከዝ

kulnas

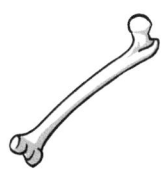

አጥንት

kaulas

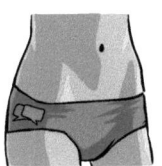

ዳሌ

klubas

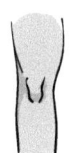

ጉልበት

kelis

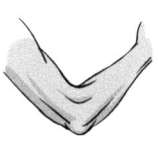

ክርን

alkūnė

አፍንጫ

nosis

ቂጥ

sėdmenys

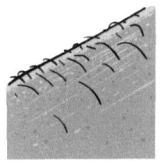

ቆዳ

oda

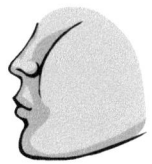

ጉንጭ

skruostas

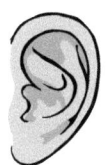

ጆሮ

ausis

ከንፈር

lūpa

አፍ

burna

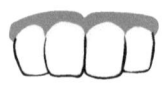

ጥርስ

dantis

ምላስ

liežuvis

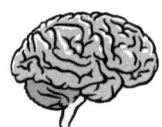

አንጎል

smegenys

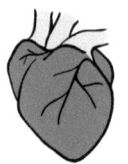

ልብ

širdis

ጡንቻ

raumuo

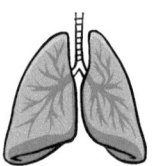

ሳምባ

plaučiai

ጉበት

kepenys

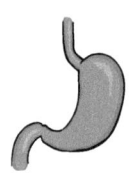

ሆድ

skrandis

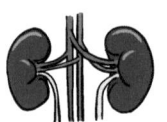

ኩላሊቶች

inkstai

የግብረስጋ ግንኙነት

seksas

ኮንዶም

prezervatyvas

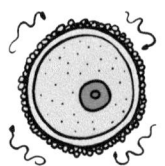

የሴት እንቁላል

kiaušialąstė

የዘር ፈሳሻ

sperma

እርግዝና

nėštumas

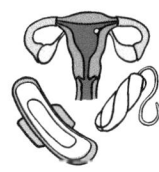

የወር አበባ
menstruacijos

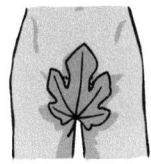

እምስ
makštis

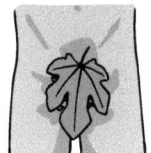

ቁላ
varpa

ቅንድብ
antakis

ፀጉር
plaukai

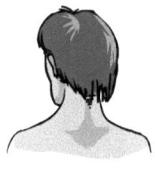

አንገት
kaklas

ሆስፒታል

ligoninė

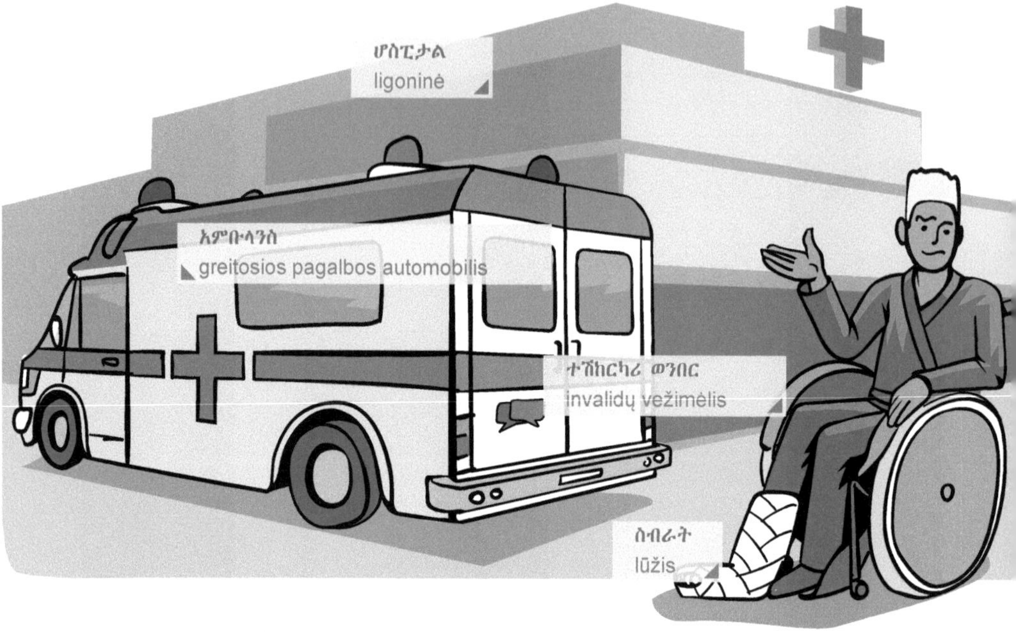

ሆስፒታል
ligoninė
አምቡላንስ
greitosios pagalbos automobilis
ተሽከርካሪ ወንበር
invalidų vežimėlis
ስብራት
lūžis

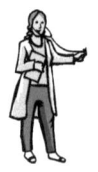

ዶክተር

gydytojas

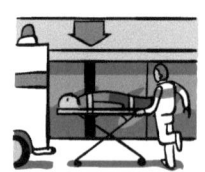

ድንገተኛ ክፍል

skubios pagalbos skyrius

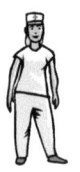

ነርስ

slaugytoja

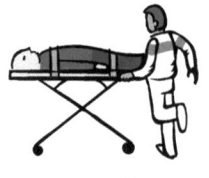

ድንገተኛ

nelaimingas atsitikimas

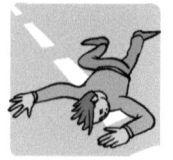

ራስን መሳት/ አለማወቅ

be sąmonės

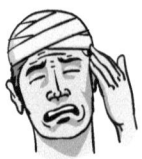

ህመም

skausmas

ጉዳት

sužalojimas

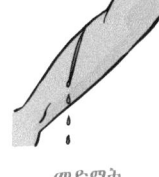

መድማት

kraujavimas

የልብ ድካም

širdies smūgis

ስትሮክ

insultas

አለርጂ

alergija

ሳል

kosulys

ትኩሳት

karščiavimas

ኢንፍሎዌንዛ

gripas

ተቅማጥ

viduriavimas

የራስ ምታት

galvos skausmas

ካንሰር

vėžys

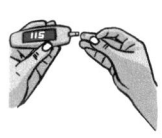

የስኳር በሽታ

diabetas

ቀዶ ጠጋኝ ሐኪም

chirurgas

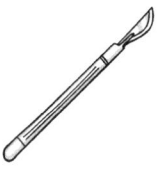

የቀዶ ጥገና ስለት

skalpelis

ቀዶ ጥገና

operacija

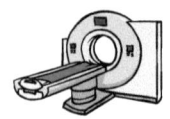

ሲቲ

KT

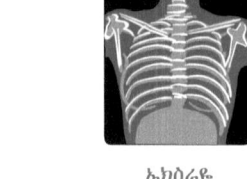

ኤክስሬዩ

rentgenas

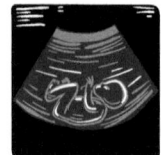

አልትራሳዉንድ

ultragarsas

የፊት ጭምብል

veido kaukė

ሽታ

liga

መጠ ቂያ ክፍል

laukiamasis

ምርኩዝ

ramentas

የቁስል ማሸጊያ

gipsas

ሻ

tvarstis

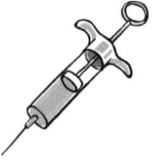

መርፌ

injekcija

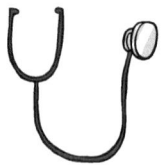

የልብ ምት ማዳመጫ መሳሪያ

stetoskopas

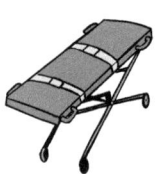

የ ሽተኛ አልጋ

neštuvai

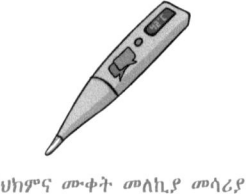

የህክምና ሙቀት መለኪያ መሳሪያ

termometras

መውለድ

gimimas

ከልክ ያለፈ ክብደት

antsvoris

ለመስማት የሚረዳ መሳሪያ

klausos aparatas

ፀረ ተባይ መድሀኒት

dezinfekavimo priemonė

ማመርቀዝ

infekcija

ቫይረስ

virusas

ኤች አይቪ ኤድስ

ŽIV / AIDS

ህክምና

vaistas

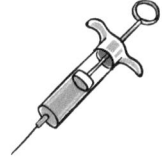

ክትባት

skiepijimas

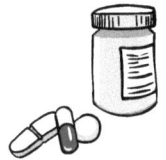

ኪኒን

tabletės

ኪኒን

piliulė

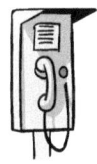

አስቸኳይ የስልክ ጥሪ

skubios pagalbos numeris

ደም ግፊት መቆጣጠሪያ

kraujospūdžio matuoklis

ህመም/ ጤንነት

ligotas / sveikas

ድንገተኛ
nelaimingas atsitikimas

እርዳታ!

Padėkite!

ማንቂያ ደዉል

pavojaus signalas

ጥቃት

užpuolimas

ድብደባ

ataka

አደጋ

pavojus

የድንገተኛ መዉጫ

avarinis išėjimas

እሳት!

Gaisras!

እሳት ማጥፊያ

gesintuvas

አደጋ

nelaimingas atsitikimas

የመጀመሪያ እርዳታ መድሃኒት መያዣ

pirmosios pagalbos rinkinys

ነፍስ አድን

SOS

ፖሊስ

policija

አዉሮፓ

Europa

ሰሜን አሜሪካ

Šiaurės Amerika

ደቡብ አሜሪካ

Pietų Amerika

አፍሪካ

Afrika

እስያ

Azija

አዉስትራሊያ

Australija

አትላንቲክ

Atlanto vandenynas

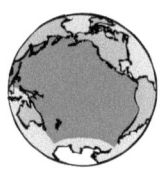

ፓስፊክ

Ramusis vandenynas

የህንድ ዉቅያኖስ

Indijos vandenynas

አንታርክቲክ ዉቅያኖስ

Pietų vandenynas

አርክቲክ ዉቅያኖስ

Arkties vandenynas

ሰሜን ዋልታ

Šiaurės ašigalis

ደቡብ ዋልታ
....
Pietų ašigalis

አንታርክቲካ
....
Antarktida

ምድር
....
Žemė

መሬት
....
sausuma

ባህር
....
jūra

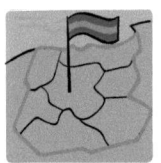

ደሴት
....
sala

አገርና ህዝብ
....
tauta

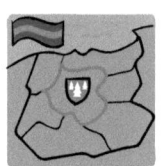

መንግስት
....
valstybė

ሰዓት
laikrodis

የሰዓት ገፅታ

....

ciferblatas

ሰዓት

....

valandinė rodyklė

ደቂቃ

....

minutinė rodyklė

ሴኮንድ

....

sekundinė rodyklė

ስንት ሰዓት ነው?

....

Kiek valandų?

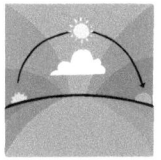

ቀን

....

diena

ጊዜ

....

laikas

አሁን

....

dabar

የቁጥር ሰዐት

....

skaitmeninis laikrodis

ደቂቃ

....

minutė

ሰዓታት

....

valanda

ሳምንት

savaitė

ሰኞ
pirmadienis
MO
ማክሰኞ
antradienis
TU
ረቡዕ
trečiadienis
W
ሐሙስ
ketvirtadienis
TH
penktadienis
FR
ቅዳሜ
šeštadienis
SA
እሁድ
sekmadienis
SO

1

ትላንት

vakar

2

ዛሬ

šiandien

3

ነገ

rytoj

ማለዳ

rytas

ቀትር

vidurdienis

ምሽት

vakaras

MO TU WE TH FR SA SU
1 2 3 4 5 6 7
8 9 10 11 12 13 14
15 16 17 18 19 20 21
22 23 24 25 26 27 28
29 30 31 1 2 3 4

የስራ ቀናት

darbo dienos

MO TU WE TH FR SA SU
1 2 3 4 5 6 7
8 9 10 11 12 13 14
15 16 17 18 19 20 21
22 23 24 25 26 27 28
29 30 31 1 2 3 4

የዕረፍት ቀናት

savaitgalis

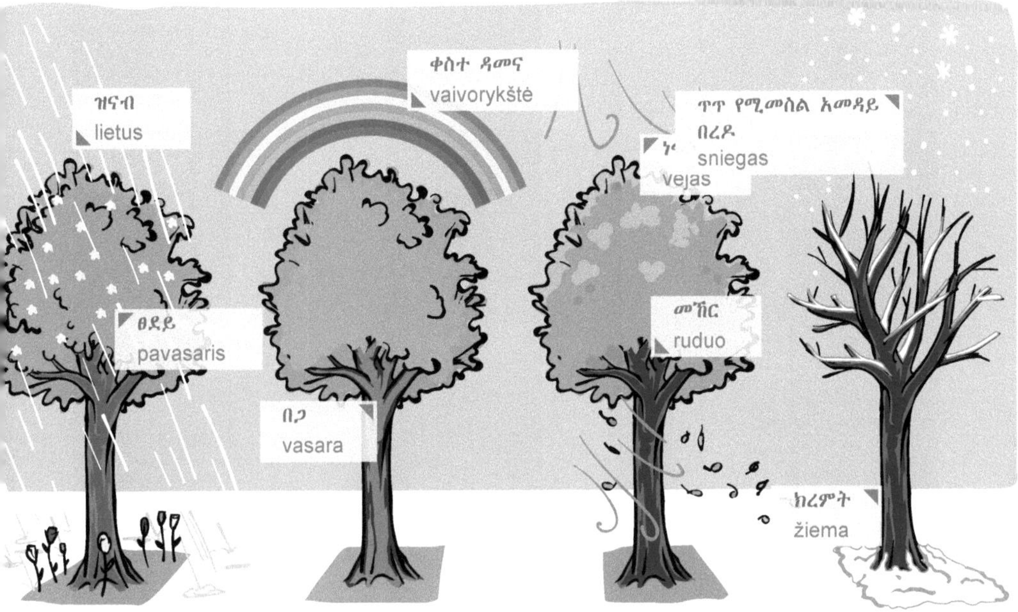

ዝናብ
lietus

ቀስተ ዳመና
vaivorykštė

ጥጥ የሚመስል አመዳይ በረዶ
sniegas

ነፋ
vejas

ጸደይ
pavasaris

መኸር
ruduo

በጋ
vasara

ክረምት
žiema

4.APRIL	11°	☀
5.APRIL	4°	☁
6.APRIL	13°	☂
7.APRIL	8°	❄
8.APRIL	10°	☀

የአየር ሁኔታ ትንበያ

oru prognozė

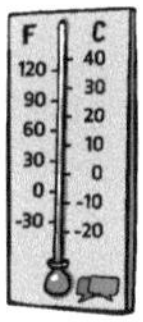

የሙቀት መለኪያ

lauko termometras

የፀሀይ ሙቀት

saulės šviesa

ደመና

debesis

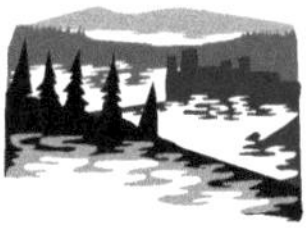

ጭጋግ

rūkas

እርጥበታማነት

drėgmė

መብረቅ

žaibas

ነጎድጓድ

griaustinis

አዉሎ ንፋስ

audra

የበረዶ ዝናብ

kruša

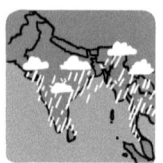

አዉሎ ንፋስ

musonas

ጎርፍ

potvynis

በረዶ

ledas

ጥር

sausis

የካቲት

vasaris

መጋቢት

kovas

ሚያዚያ

balandis

ግንቦት

gegužė

ሰኔ

birželis

ሐምሌ

liepa

ነሀሴ

rugpjūtis

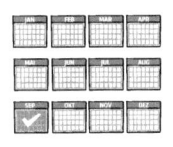

መስከረም

rugsėjis

ጥቅምት

spalis

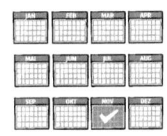

ህዳር

lapkritis

ታህሳስ

gruodis

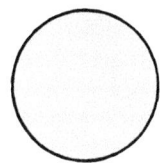

ቅርፆች

formos

ክብ

apskritimas

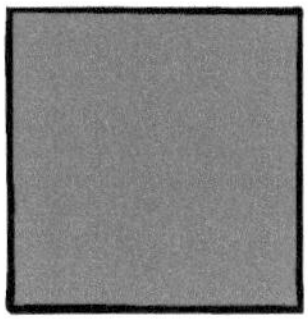

አራት ማዕዘን

kvadratas

አራት ቀጥተኛ ማዕዘኖች ጎኖች ያሉት ቅርፅ

stačiakampis

ሶስት ማዕዘን

trikampis

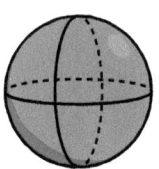

ሉል

sfera

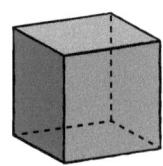

ስድስት ጎን ያለዉ ቅርፅ

kubas

ነጭ

balta

ቢጫ

geltona

ብርቱካናማ

oranžinė

ሮዝ

rožinė

ቀይ

raudona

ወይን ጠጅ

violetinė

ሰማያዊ

mėlyna

አረንጓዴ

žalia

ቡኒ

ruda

ግራጫ

pilka

ጥቁር

juoda

ተቃራኒዎች
priešingos reikšmės žodžiai

ብዙ/ ጥቂት

daug / mažai

ንዴት/ እርጋታ

piktas / ramus

ቆንጆ/ አስቀያሚ

gražus / bjaurus

ጅማሬ/ ፍፃሜ

pradžia / pabaiga

ትልቅ/ ትንሽ

didelis / mažas

ደማቅ/ ደብዛዛ

šviesus / tamsus

ወንድም/ እህት

brolis / sesuo

ንፁህ/ ቆሻሻ

švarus / purvinas

የተሟላ/ ያልተሟላ

užbaigtas / neužbaigtas

ቀን/ ምሽት

diena / naktis

የሞተ/ ህያዉ

miręs / gyvas

ሰፊ/ ጠባብ

platus / siauras

የሚበላ/ የማይበላ

valgomas / nevalgomas

ክፉ/ ደግ

piktas / malonus

ደስተኛ/ ድብርተኛ

linksmas / nuobodus

ወፍራም/ ቀጭን

storas / plonas

መጀመርያ/ መጨረሻ

pirmiausia / paskiausia

ጓደኛ/ ጠላት

draugas / priešas

ሙሉ/ ጎዶሎ

pilnas / tuščias

ጠንካራ/ ለስላሳ

kietas / minkštas

ክባድ/ ቀላል

sunkus / lengvas

ረሃብ/ ጥማት

alkis / troškulys

ህመም/ ጤንነት

ligotas / sveikas

ህገወጥ/ ህጋዊ

nelegalus / legalus

ጎበዝ/ ደደብ

protingas / kvailas

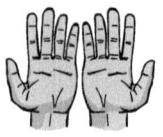

ግራ/ ቀኝ

kairė / dešinė

ቅርብ/ ሩቅ

arti / toli

አዲስ/ አሮጌ

....

naujas / naudotas

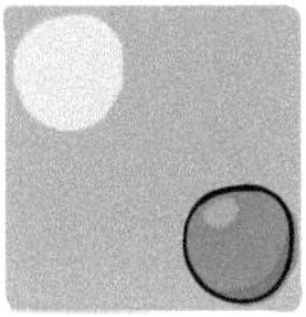

ምንም/ የሆነ ነገር

....

niekas / kažkas

ሽማግሌ/ ወጣት

....

senas / jaunas

የበራ/ የጠፋ

....

įjungta / išjungta

ክፍት/ ዝግ

....

atidaryta / uždaryta

ፀጥታ/ ጫጫታ

....

tylus / garsus

ሃብታም/ ደሃ

....

turtingas / vargšas

ትክክለኛ/ የተሳሳተ

....

teisus / neteisus

ሻካራ/ ለስላሳ

....

šiurkštus / švelnus

ሐዘን/ ደስታ

....

liūdnas / laimingas

አጭር/ ረዥም

....

trumpas / ilgas

ዝግተኛ/ ፈጣን

....

lėtas / greitas

እርጥብ/ ደረቅ

....

drėgnas / sausas

ሞቃት/ ቀዝቃዛ

....

šiltas / šaltas

ጦርነት/ ሰላም

....

karas / taika

ቁጥሮች
skaičiai

0	1	2
ዜሮ	አንድ	ሁለት
nulis	vienas	du
3	4	5
ሶስት	አራት	አምስት
trys	keturi	penki
6	7	8
ስድስት	ሰባት	ስምንት
šeši	septyni	aštuoni
9	10	11
ዘጠኝ	አስር	አስራ አንድ
devyni	dešimt	vienuolika

12

አስራ ሁለት

dvylika

13

አስራ ሶስት

trylika

14

አስራ አራት

keturiolika

15

አስራ አምስት

penkiolika

16

አስራ ስድስት

šešiolika

17

አስራ ሰባት

septyniolika

18

አስራ ሰስምንት

aštuoniolika

19

አስራ ዘጠኝ

devyniolika

20

ሃያ

dvidešimt

100

መቶ

šimtas

1.000

ሺህ

tūkstantis

1.000.000

ሚሊዮን

milijonas

ቋንቋዎች
kalbos

እንግሊዝኛ

anglų

አሜሪካ እንግሊዝኛ

amerikiečių anglų

ቻይና ማንዳሪን

kinų (mandarinų)

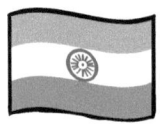

ሂንዱ

hindi

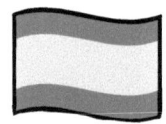

ስፓኒሽ

ispanų

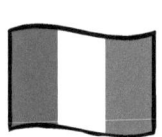

ፍሬንች

prancūzų

አረብኛ

arabų

ራሺያኛ

rusų

ፖርቹጊዝ

portugalų

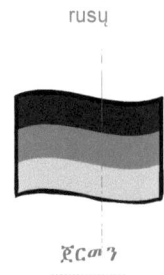

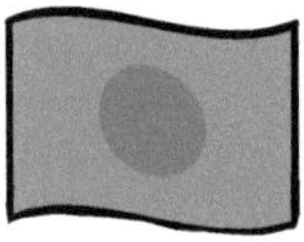

ቤንጋሊ

bengalų

ጀርመን

vokiečių

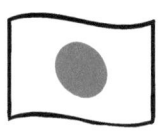

ጃፓንኛ

japonų

ማን/ ምን/ እንዴት
kas / ką / kaip

እኔ

aš

ንተ

tu

እሱ/ እርሷ/ እቃዉ

jis / ji

እኛ

mes

ንተ

jūs

እነርሱ

jie

ማን?

kas?

ምን?

ką?

እንዴት?

kaip?

የት?

kur?

መቼ?

kada?

ስም

vardas

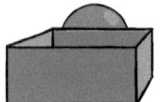

የት

kur

በስተጀርባ

už

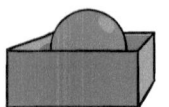

ዉስጥ

kur (vieta)

ከፊት ለፊት

priešais

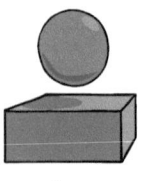

ከላይ

virš

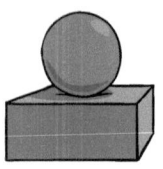

ላይ

ant

ከስር

po

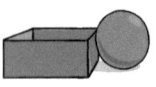

አጠገብ

prie

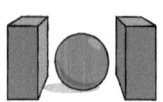

መሃከል

tarp

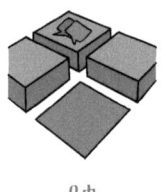

ቦታ

vieta